AF221707

Impressum
Verlag: BABADADA GmbH, Nedderfeld 112 , 22529 Hamburg
Geschäftsführer / Verlagsleitung: Harald Hof
Druck: Books on Demand GmbH, In de Tarpen 42, 22848 Norderstedt

Imprint
Publisher: BABADADA GmbH, Nedderfeld 112 , 22529 Hamburg, Germany
Managing Director / Publishing direction: Harald Hof
Print: Books on Demand GmbH, In de Tarpen 42, 22848 Norderstedt, Germany

školа
trường học

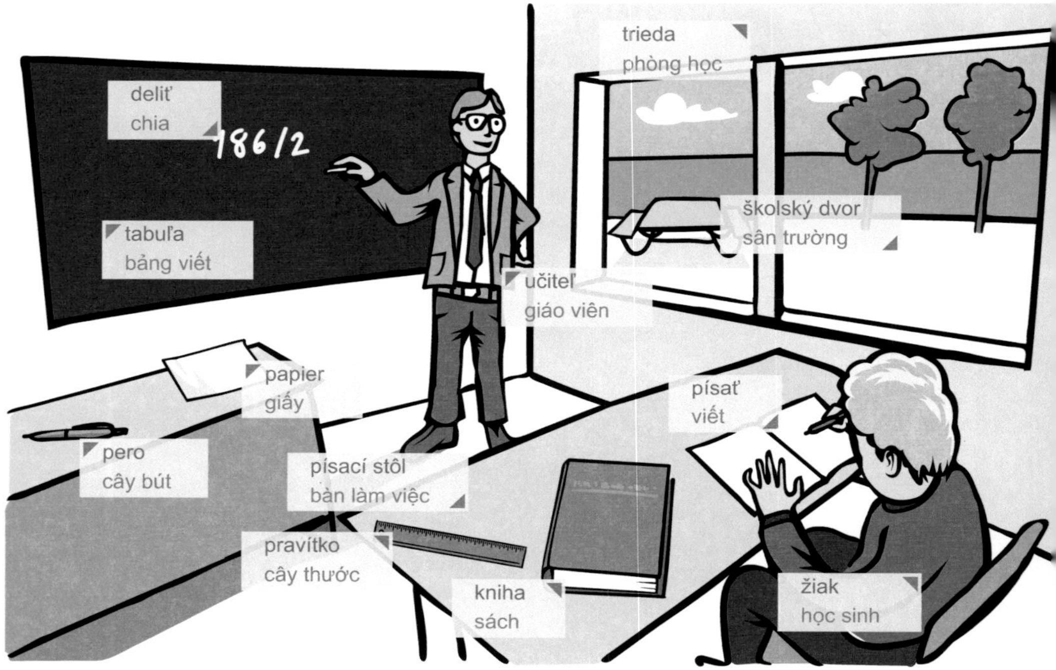
trieda
phòng học
deliť
chia
186/2
tabuľa
bảng viết
školský dvor
sân trường
učiteľ
giáo viên
papier
giấy
písať
viết
pero
cây bút
písací stôl
bàn làm việc
pravítko
cây thước
kniha
sách
žiak
học sinh

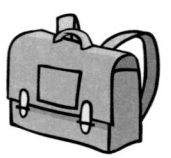

školská taška

cặp đeo vai học sinh

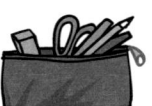

peračník

hộp đựng bút

ceruza

bút chì

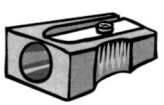

strúhadlo na ceruzky

cái gọt bút chì

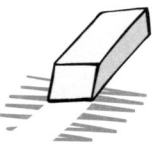

guma

cục tẩy

skicár

tập giấy vẽ

kresba

bản vẽ

štetec

cọ vẽ

vodové farby

hộp mực vẽ

nožnice

cây kéo

lepidlo

keo dán

cvičný zošit

sách bài tập

domáca úloha

bài tập ở nhà

číslo

số

2+2

sčítať

cộng

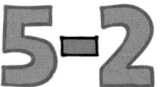

odčítať

trừ

násobiť

nhân

počítať

tính toán

písmeno

chữ cái

abeceda

bảng chữ cái

slovo

từ

text

văn bản

čítať

đọc

krieda

phấn viết

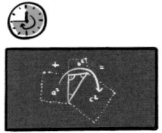

hodina

bài học

triedna kniha

sổ lớp

skúška

thi kiểm tra

certifikát

chứng chỉ

školská uniforma

đồng phục học sinh

vzdelanie

giáo dục

encyklopédia

từ điển bách khoa

univerzita

đại học

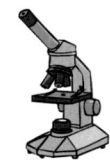

mikroskop

kính hiển vi

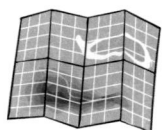

mapa

bản đồ

kôš na papier

thùng rác giấy

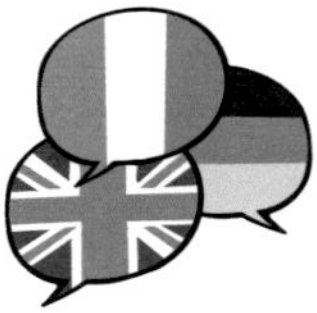

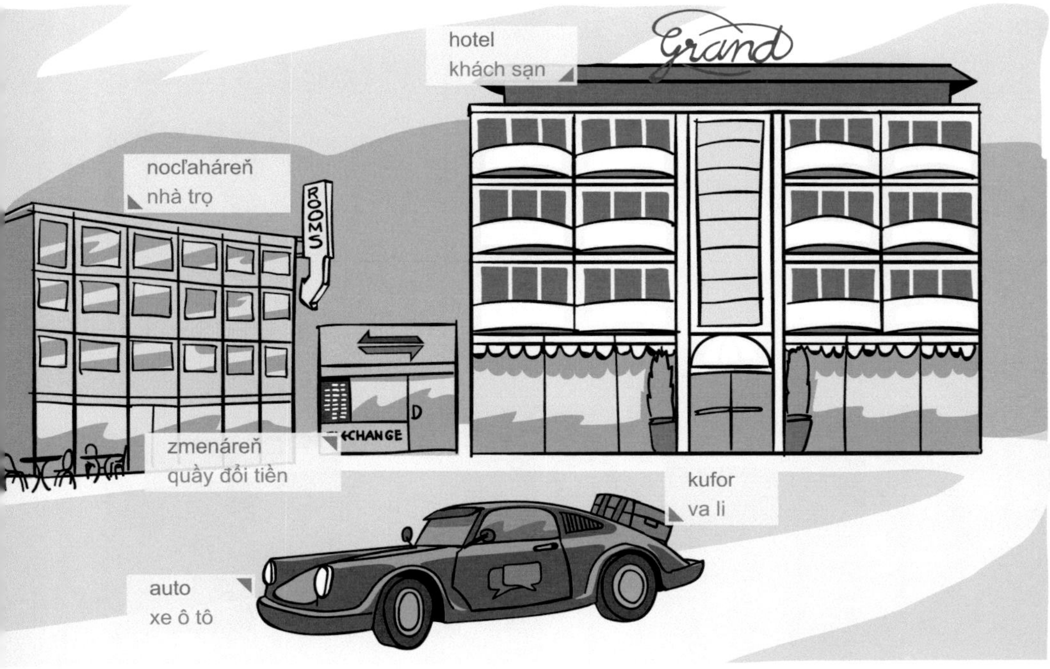
hotel
khách sạn
Grand
nocľaháreň
nhà trọ
ROOMS
EXCHANGE
zmenáreň
quầy đổi tiền
kufor
va li
auto
xe ô tô

jazyk

ngôn ngữ

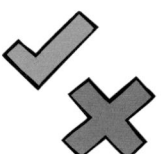

áno/nie

có / không

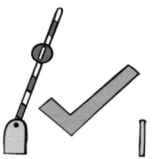

v poriadku

ô kê

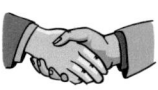

ahoj

Xin chào

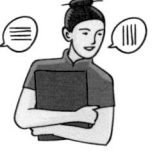

prekladateľ

thông dịch viên

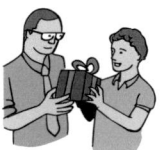

ďakujem

cám ơn

Koľko stojí ... ?

... bao nhiêu tiều?

Nerozumiem

tôi không hiểu

problém

vấn đề

Dobrý večer!

Xin chào! (buổi tối)

Dobré ráno!

xin chào! (buổi sáng)

Dobrú noc!

chúc ngủ ngon!

Dovidenia

tạm biệt

smer

hướng đi

batožina

hành lý

taška

túi xách

batoh

túi ba lô

hosť

khách

izba

phòng

spacák

túi ngủ

stan

lều

informácie pre turistov

thông tin du lịch

pláž

bãi biển

kreditná karta

thẻ tín dụng

raňajky

ăn sáng

obed

ăn trưa

večera

ăn tối

cestovný lístok

vé xe

výťah

thang máy

poštová známka

tem bưu điện

hranica

biên giới

clo

hải quan

veľvyslanectvo

đại sứ quán

vízum

thị thực

cestovný pas

hộ chiếu

doprava
vận chuyển

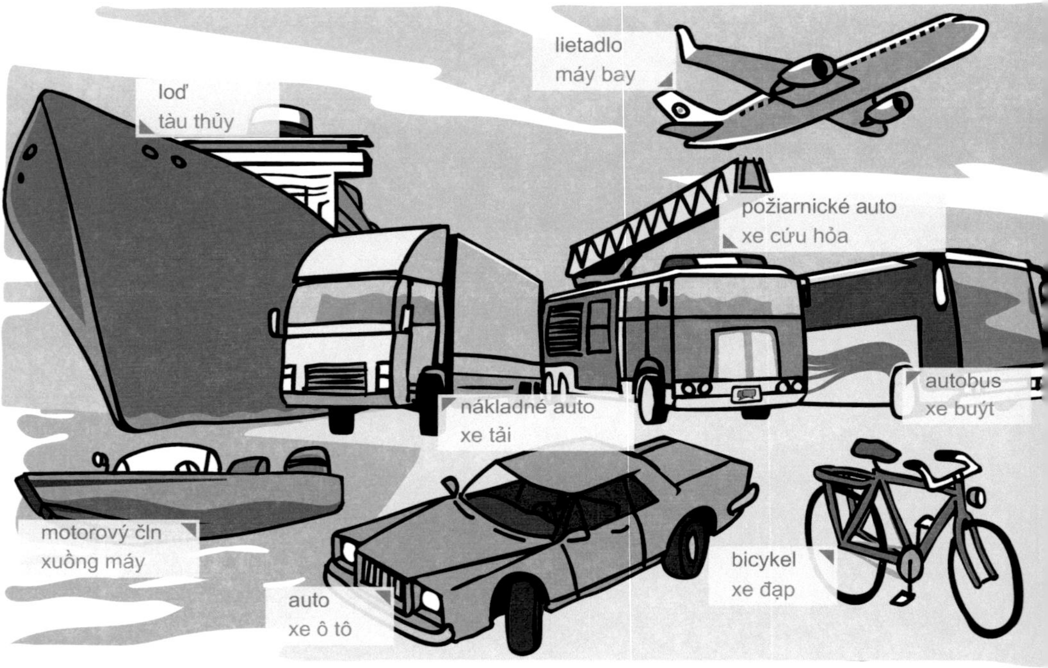
lietadlo
máy bay
loď
tàu thủy
požiarnické auto
xe cứu hỏa
autobus
xe buýt
nákladné auto
xe tải
motorový čln
xuồng máy
bicykel
xe đạp
auto
xe ô tô

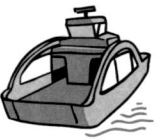

trajekt

phà

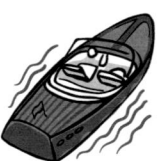

loď

xuồng

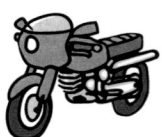

motorka

xe máy

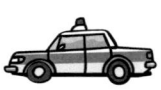

policajné auto

xe cảnh sát

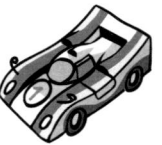

pretekárske auto

xe đua

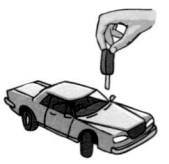

vozidlo z požičovne

xe cho thuê

carsharing

dịch vụ thuê xe tự lái

odťahové auto

xe kéo cứu hộ

smetiarske auto

xe rác

motor

động cơ

benzín

xăng

čerpacia stanica

trạm xăng

dopravná značka

biển báo giao thông

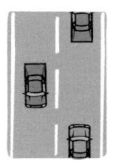

premávka

giao thông

zápcha

ách tắc giao thông

parkovisko

bãi đậu xe

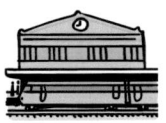

vlaková stanica

nhà ga

trate

đường ray

vlak

xe lửa

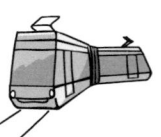

električka

tàu điện

vagón

toa xe

helikoptéra

máy bay trực thăng

letisko

sân bay

veža

tháp

pasažier

hành khách

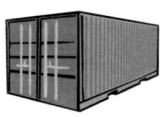

kontajner

côngtenơ

kartón

thùng các-tông

vozík

xe đẩy

kôš

cái giỏ

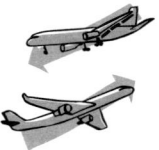

štartovať / pristáť

cất cánh / hạ cánh

mesto
thành phố

dedina

làng

centrum mesta

trung tâm thành phố

dom

nhà

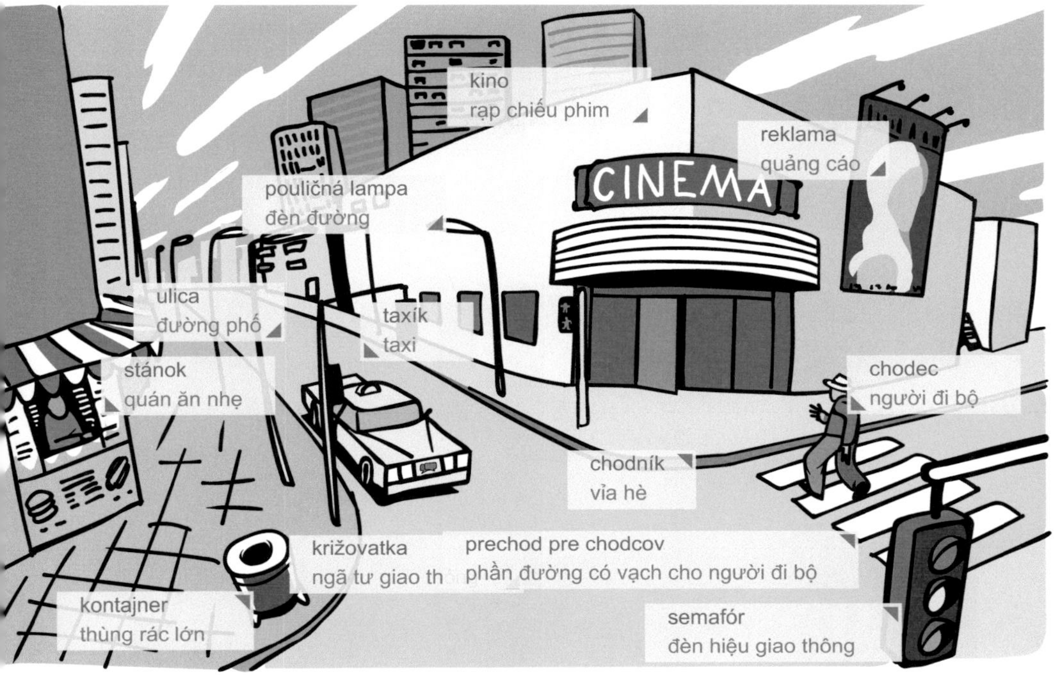

kino
rạp chiếu phim
reklama
quảng cáo
CINEMA
pouličná lampa
đèn đường
ulica
đường phố
taxík
taxi
stánok
quán ăn nhẹ
chodec
người đi bộ
chodník
vỉa hè
križovatka
ngã tư giao th
prechod pre chodcov
phần đường có vạch cho người đi bộ
kontajner
thùng rác lớn
semafór
đèn hiệu giao thông

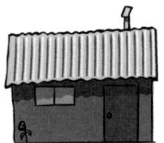

chata
nhà chòi

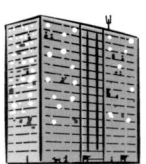

byt
căn hộ

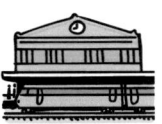

vlaková stanica
nhà ga

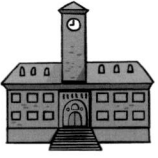

radnica
tòa thị chính

MUSEUM
múzeum
viện bảo tàng

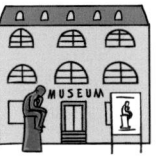

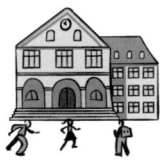

škola
trường học

univerzita

đại học

banka

ngân hàng

nemocnica

bệnh viện

hotel

khách sạn

lekáreň

hiệu thuốc

kancelária

văn phòng

kníhkupectvo

hiệu sách

obchod

cửa hiệu

kvetinárstvo

cửa hiệu bán hoa

supermarket

siêu thị

trh

chợ

obchodný dom

cửa hàng bách hóa

obchodník s rybami

người bán cá

nákupné stredisko

trung tâm mua bán

prístav

bến cảng

park

công viên

lavička

ghế băng

most

cầu

schody

cầu thang

metro

tàu điện ngầm

tunel

đường hầm

autobusová zastávka

trạm xe buýt

bar

quán bar

reštaurácia

khách sạn

poštová schránka

hòm thư công cộng

tabuľa s názvom ulice

bảng hiệu đường

parkovacie hodiny

đồng hồ đậu xe

ZOO

vườn bách thú

plaváreň

bể bơi

mešita

nhà thờ Hồi giáo

farma
nông trại

znečisťovanie životného prostredia
ô nhiễm môi trường

cintorín
nghĩa trang

kostol
nhà thờ

ihrisko
sân chơi

chrám
ngôi đền

terén
phong cảnh

list
lá cây

smerová tabuľa
bảng chỉ đường

cesta
lối đi

lúka
bãi cỏ

kameň
hòn đá

strom
cây

turista
người đi bộ đường dài

rieka
sông

tráva
cỏ

kvet
bông hoa

dolina

thung lũng

kopec

đồi

jazero

hồ nước

les

rừng

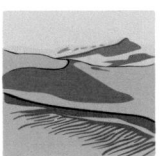

púšť

sa mạc

vulkán

núi lửa

zámok

lâu đài

dúha

cầu vồng

hríb

nấm

palma

cây cọ

komár

con muỗi

mucha

con ruồi

mravec

con kiến

včela

con ong

pavúk

con nhện

chrobák

bọ cánh cứng

žaba

con ếch

veverička

con sóc

jež

con nhím

zajac

con thỏ

sova

con cú

vták

con chim

labuť

thiên nga

diviak

heo rừng

jeleň

con hươu

los

nai sừng tấm

hrádza

đê

veterná turbína

tuabin gió

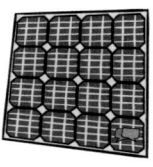

solárny panel

tấm năng lượng mặt trời

podnebie

khí hậu

terén - phong cảnh

reštaurácia
khách sạn

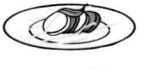

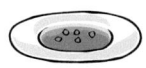

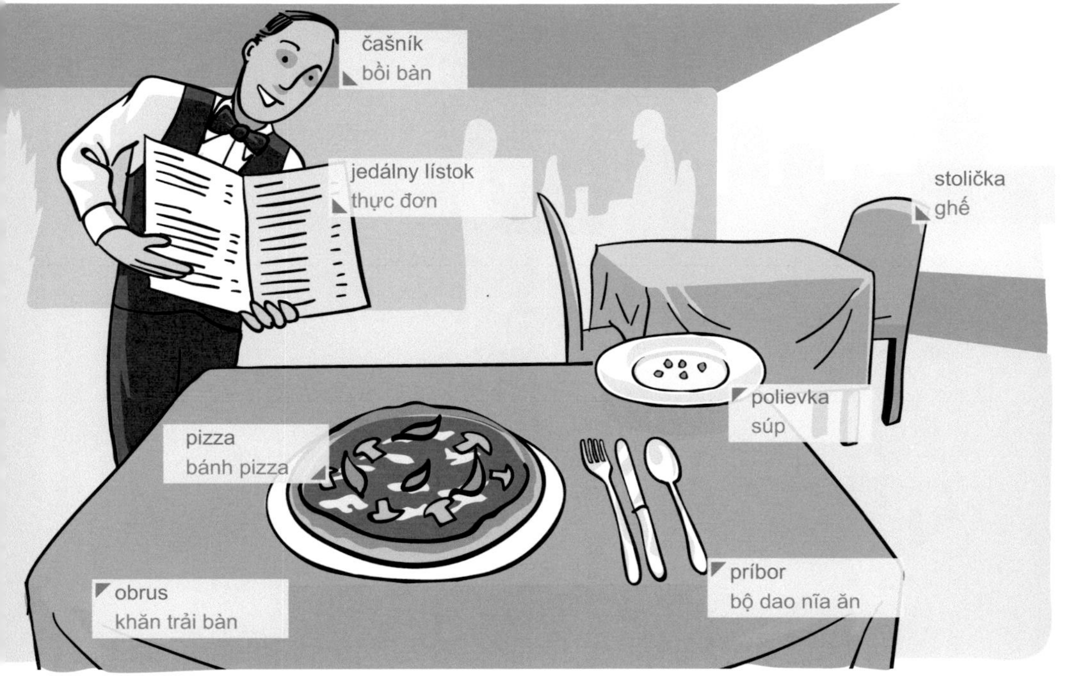

čašník
bồi bàn
jedálny lístok
thực đơn
stolička
ghế
polievka
súp
pizza
bánh pizza
príbor
bộ dao nĩa ăn
obrus
khăn trải bàn

predjedlo
món ăn khai vị

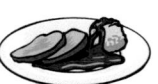

hlavné jedlo
món ăn chính

zákusok
món tráng miệng

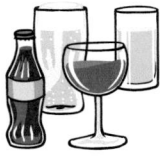

nápoje
thức uống

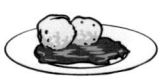

jedlo
thức ăn

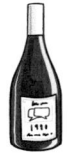

fľaša
cái chai

fast-food

thức ăn nhanh

street food

thức ăn đường phố

kanvica na čaj

ấm trà

cukornička

hộp đường

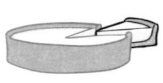

porcia

khẩu phần

stroj na espresso

máy pha espresso

detská stolička

ghế cao

účet

hóa đơn

podnos

khay

nôž

dao

vidlička

nĩa

lyžica

thìa

čajová lyžička

thìa uống trà

obrúsok

khăn ăn

pohár

cốc thủy tinh

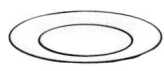

tanier

đĩa

hlboký tanier

đĩa súp

podšálka

đĩa lót cốc

omáčka

nước sốt

soľnička

lọ muối

mlynček na korenie

cái xay tiêu

ocot

giấm

olej

dầu

korenie

gia vị

kečup

nước xốt cà chua

horčica

tương hạt cải

majonéza

nước sốt mayonnaise

supermarket
siêu thị

špeciálna ponuka
chào giá đặc biệt
FOR
klient
khách hàng
mliečne výrobky
sản phẩm từ sữa
ovocie
trái cây
nákupný vozík
xe đẩy mua sắm

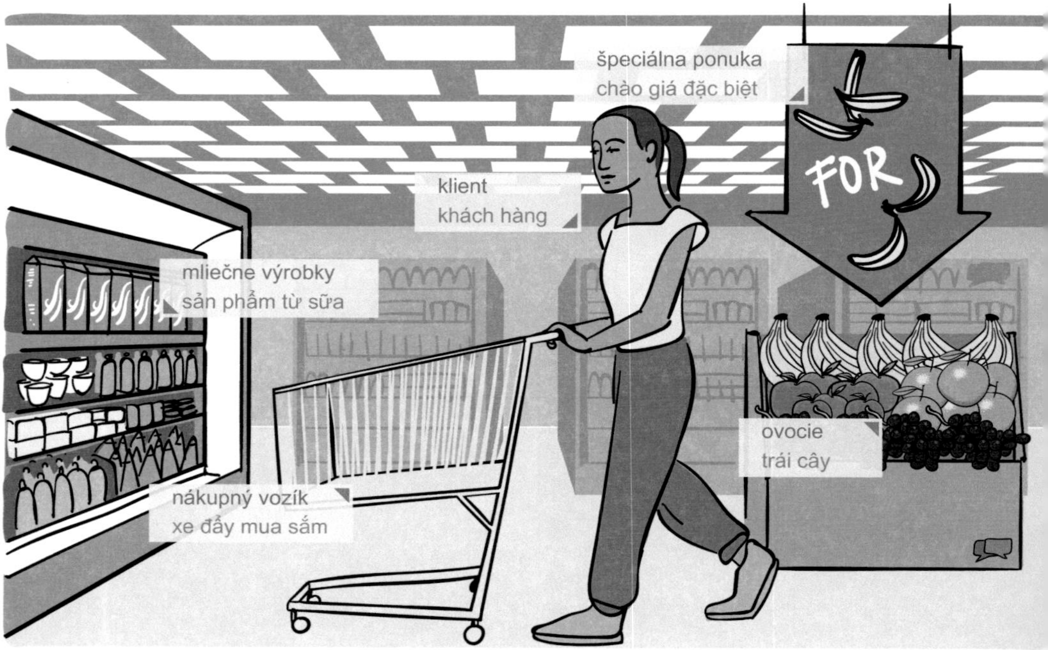

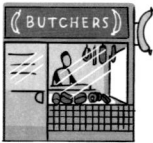

BUTCHERS

mäsiarstvo

lò mổ

BAKERY

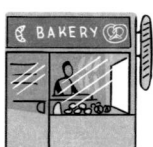

pekáreň

cửa hiệu bán bánh mì

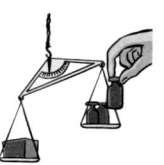

vážiť

cân nặng

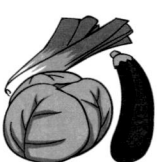

zelenina

rau quả

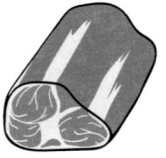

mäso

thịt

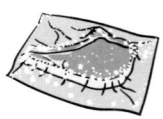

mrazené potraviny

thức ăn đông lạnh

nárez

lát thịt nguội

konzervy

đồ hộp

prací prostriedok

bột giặt

sladkosti

đồ ngọt

domáce potreby

sản phẩm dùng trong gia đình

čistiace prostriedky

chất tẩy rửa

predavačka

người bán hàng

pokladňa

quầy trả tiền

pokladník

nhân viên thu ngân

nákupný zoznam

danh sách mua sắm

otváracie hodiny

giờ mở cửa

peňaženka

ví tiền

kreditná karta

thẻ tín dụng

taška

túi đeo

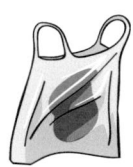

plastové vrecko

túi ny lông

voda

nước

džús

nước quả ép

mlieko

sữa

kola

coca-cola

víno

rượu vang

pivo

bia

alkohol

cồn

kakao

cacao

čaj

trà

káva

cà phê

espresso

espresso

kapučíno

cappuccino

banán

chuối

jablko

quả táo

pomaranč

quả cam

melón

dưa hấu

citrón

chanh

mrkva

cà rốt

cesnak

tỏi

bambus

tre

cibuľa

củ hành

hríb

nấm

orechy

hạt dẻ

rezance

mì

špagety

mì spaghetti

ryža

cơm

šalát

xà lách

hranolky

khoai tây chiên

pečené zemiaky

khoai tây chiên

pizza

bánh pizza

hamburger

bánh hamburger

obložený chlebík

bánh mì sandwich

rezeň

thịt côtlet

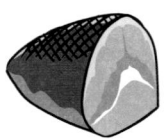

šunka

thịt giăm bông

saláma

xúc xích

klobása

dồi

kurča

gà

pečené mäso

rán

ryba

cá

ovsené vločky

cháo yến mạch

müsli

cháo muesli

kukuričné lupienky

bánh bột ngô nướng

múka

bột mì

croissant

bánh sừng bò

pečivo

bánh mì

chlieb

bánh mì

hrianka

bánh mì nướng

sušienky

bánh bích quy

maslo

bơ

tvaroh

sữa đông

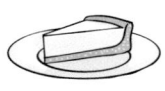

koláč

bánh ngọt

vajce

trứng

volské oko

trứng rán

syr

pho mát

zmrzlina

kem

cukor

đường

med

mật ong

lekvár

mứt

nugátová nátierka

kem nougat

karí korenie

cà ri

farma
nông trại

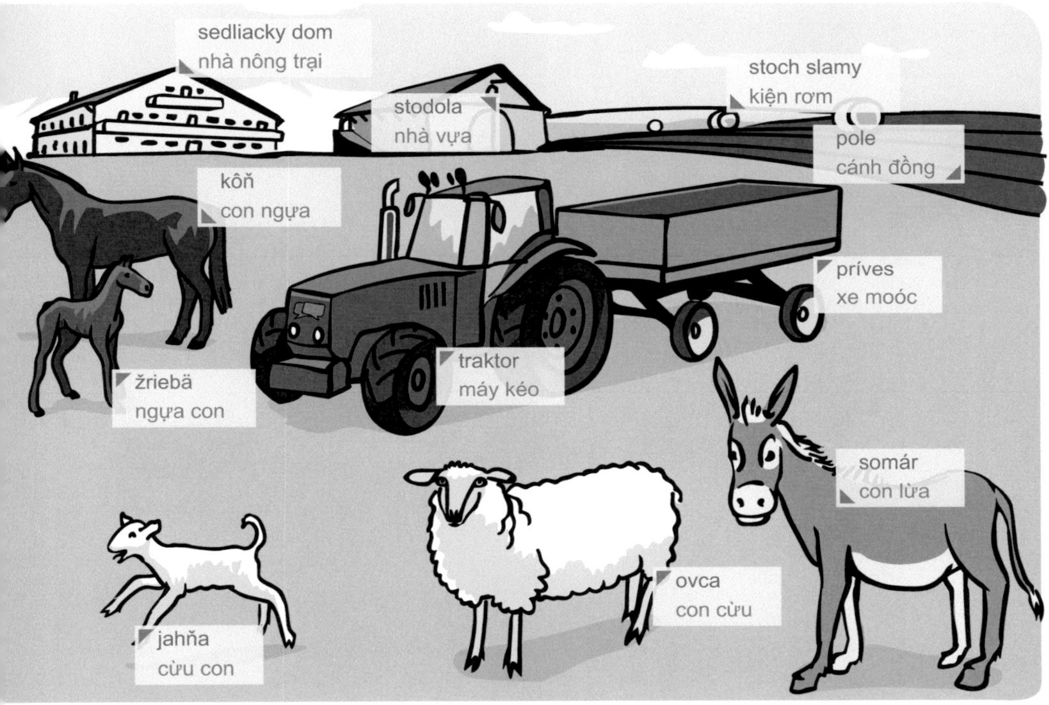
sedliacky dom
nhà nông trại
stodola
nhà vựa
stoch slamy
kiện rơm
pole
cánh đồng
kôň
con ngựa
príves
xe moóc
traktor
máy kéo
žriebä
ngựa con
somár
con lừa
ovca
con cừu
jahňa
cừu con

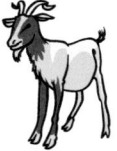

koza

con dê

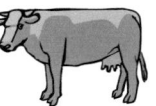

krava

con bò

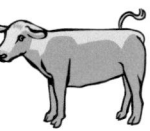

teľa

con bê

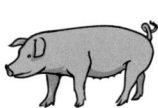

prasa

con lợn

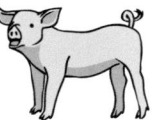

prasiatko

lợn con

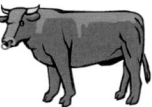

býk

bò đực

hus

con ngỗng

kačica

con vịt

kuriatko

gà con

sliepka

gà mái

kohút

gà trống

potkan

con chuột

mačka

mèo

myš

chuột nhắt

vôl

bò đực

pes

con chó

psia búda

nhà chuồng chó

záhradná hadica

ống tưới vườn cây

krhla

thùng tưới cây

kosa

lưỡi hái

pluh

cái cày

kosák

cái liềm

motyka

cái cuốc

vidly na hnoj

cái chĩa

sekera

cái rìu

fúrik

xe cút kít

koryto

máng ăn

kanva na mlieko

lọ sữa

vrece

bao tải

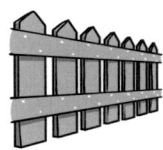

plot

hàng rào

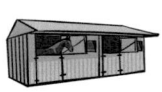

maštaľ

chuồng

skleník

nhà kính trồng cây

pôda

đất trồng

osivo

hạt giống

hnojivo

phân bón

kombajn

máy gặt đập liên hợp

žať

thu hoạch

žatva

mùa thu hoạch

batát

khoai lang

pšenica

lúa mì

sója

đậu nành

zemiak

khoai tây

kukurica

ngô

repka

hạt cải dầu

ovocný strom

cây ăn trái

maniok

sắn

obilie

ngũ cốc

farma - nông trại

dom
nhà

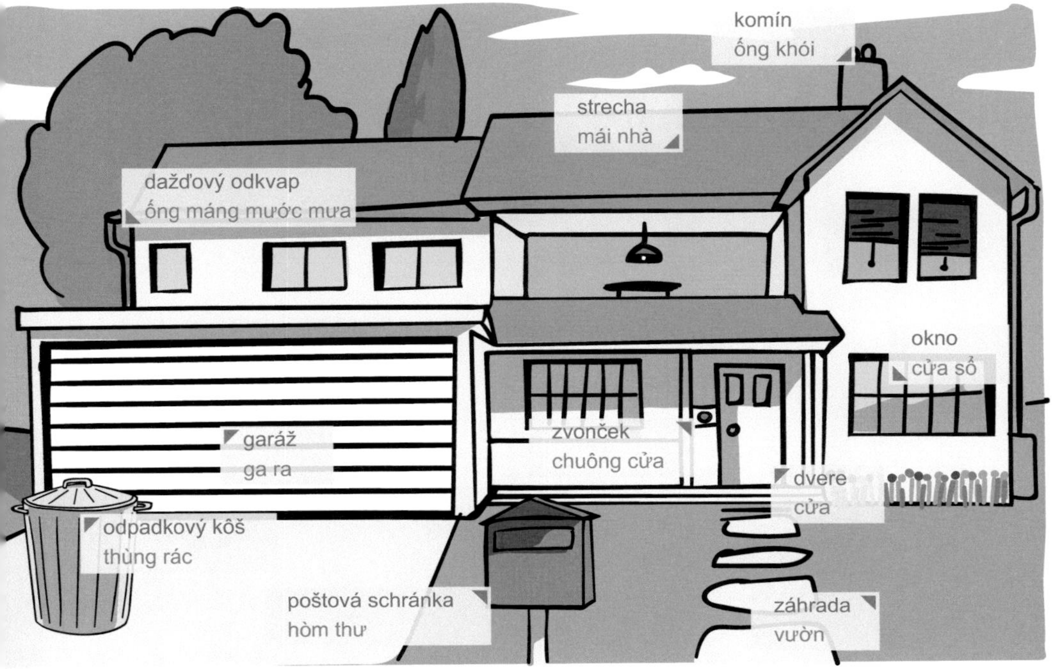
komín
ống khói
strecha
mái nhà
dažďový odkvap
ống máng mước mưa
okno
cửa sổ
zvonček
chuông cửa
garáž
ga ra
dvere
cửa
odpadkový kôš
thùng rác
poštová schránka
hòm thư
záhrada
vườn

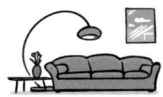

obývačka

phòng khách

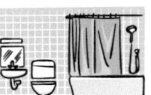

kúpeľňa

phòng tắm

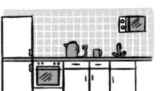

kuchyňa

bếp

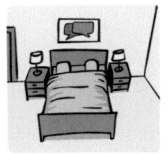

spálňa

phòng ngủ

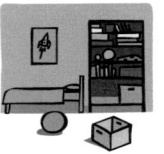

detská izba

phòng trẻ em

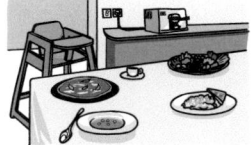

jedáleň

phòng ăn

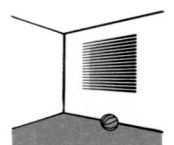

podlaha

nền nhà

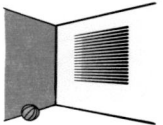

stena

tường

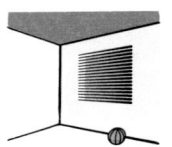

strop

trần nhà

pivnica

tầng hầm

sauna

tắm hơi

balkón

ban công

terasa

sân hiên

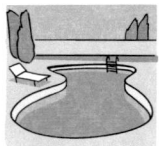

bazén

bể bơi

kosačka

máy cắt cỏ

obliečka

khăn trải giường

posteľná prikrývka

khăn trải giường

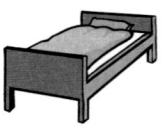

posteľ

giường

metla

chổi

vedro

cái xô

vypínač

công tắc điện

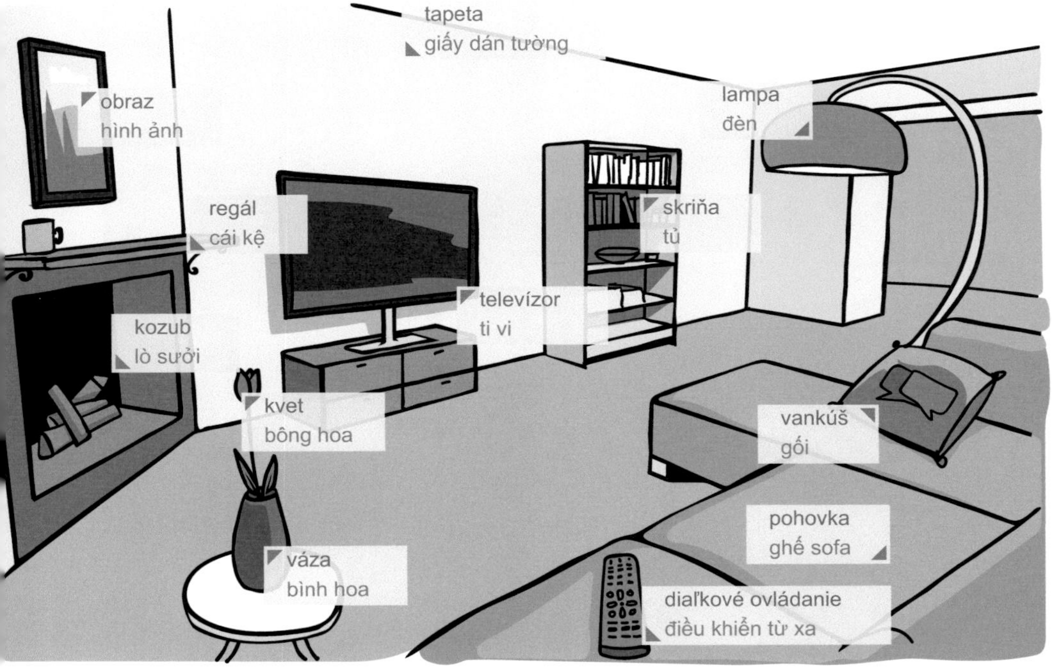

tapeta
giấy dán tường

obraz
hình ảnh

lampa
đèn

regál
cái kệ

skriňa
tủ

kozub
lò sưởi

televízor
ti vi

kvet
bông hoa

vankúš
gối

pohovka
ghế sofa

váza
bình hoa

diaľkové ovládanie
điều khiển từ xa

koberec
thảm

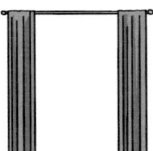

záclona
rèm

stôl
cái bàn

stolička
ghế

hojdacie kreslo
ghế bập bênh

kreslo
ghế bành

kniha

sách

prikrývka

cái chăn

dekorácia

đồ trang trí

drevo na kúrenie

củi

film

phim

hi-fi veža

máy hi-fi

kľúč

chìa khóa

noviny

báo

maľba

bức tranh

plagát

áp phích

rádio

radio

zápisník

sổ ghi chép

vysávač

máy hút bụi

kaktus

cây xương rồng

sviečka

cây nến

kuchyňa
bếp

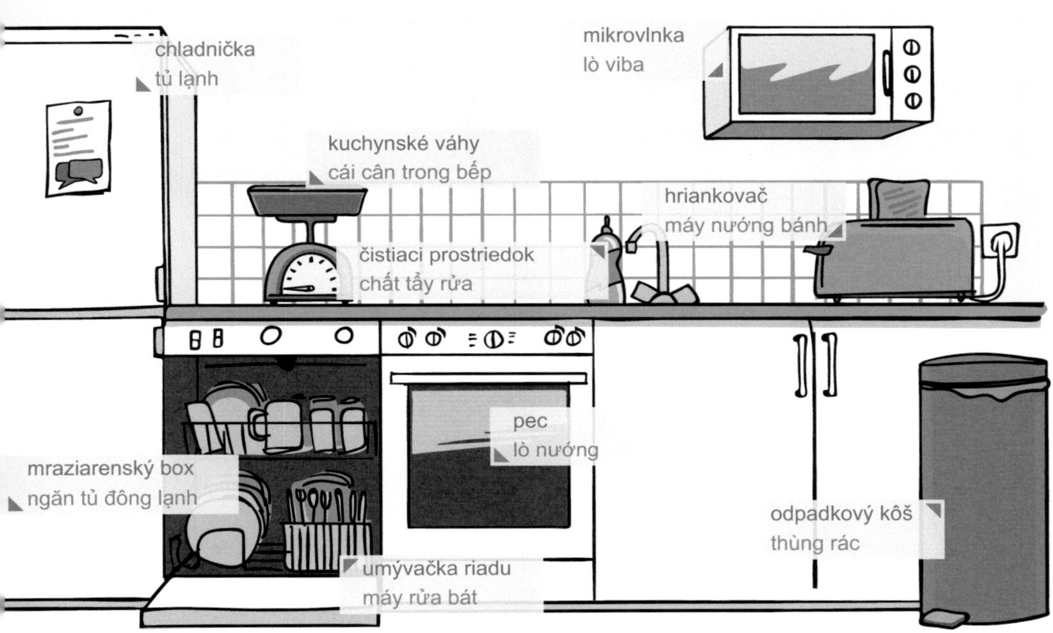
chladnička
tủ lạnh
mikrovlnka
lò viba
kuchynské váhy
cái cân trong bếp
hriankovač
máy nướng bánh
čistiaci prostriedok
chất tẩy rửa
pec
lò nướng
mraziarenský box
ngăn tủ đông lạnh
odpadkový kôš
thùng rác
umývačka riadu
máy rửa bát

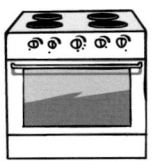

sporák

lò nấu

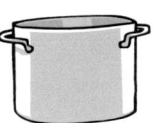

hrniec

nồi

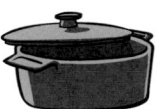

železný hrniec

nồi sắt

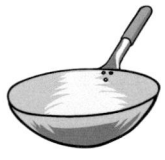

wok / kadai

chảo

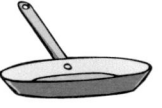

panvica

chảo

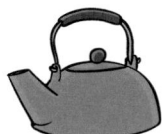

rýchlovarná kanvica

ấm đun nước

parný hrniec

nồi đun hơi

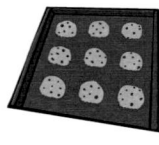

plech na pečenie

khay lò nướng

riad

bát đĩa

pohár

cốc

misa

cái bát

paličky

đũa

naberačka na polievku

cái vá

stierka

bàn xẻng

metlička

que đánh kem

cedidlo

rây dùng trong bếp

sitko

cái rây lọc

strúhadlo

cái nạo

mažiar

vữa

gril

vỉ nướng

ohnisko

ngọn lửa trần

doska na krájanie

cái thớt

valček na cesto

trục cán bột

vývrtka

cái mở nút chai

konzerva

vỏ đồ hộp

otvárač na konzervy

cái mở vỏ đồ hộp

chňapka

miếng nhấc nồi

výlevka

bồn rửa bát

kefa

bàn chải

hubka

miếng xốp

mixér

máy xay

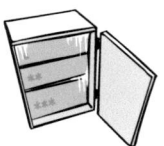

mraznička

tủ đông lạnh

kojenecká fľaša

bình sữa cho trẻ sơ sinh

vodovodný kohútik

vòi nước

kúpeľňa
phòng tắm

kúrenie
lò sưởi
uterák
khăn lau
sprcha
vòi hoa sen
sprchový záves
rèm che ngăn tắm
pena do kúpeľa
tắm bọt
vaňa
bồn tắm
práčka
máy giặt
dlaždice
gạch lát
nočník
cái bô
vodovodný kohútik
vòi nước
pohár
cốc thủy tinh
výlevka
bồn rửa bát

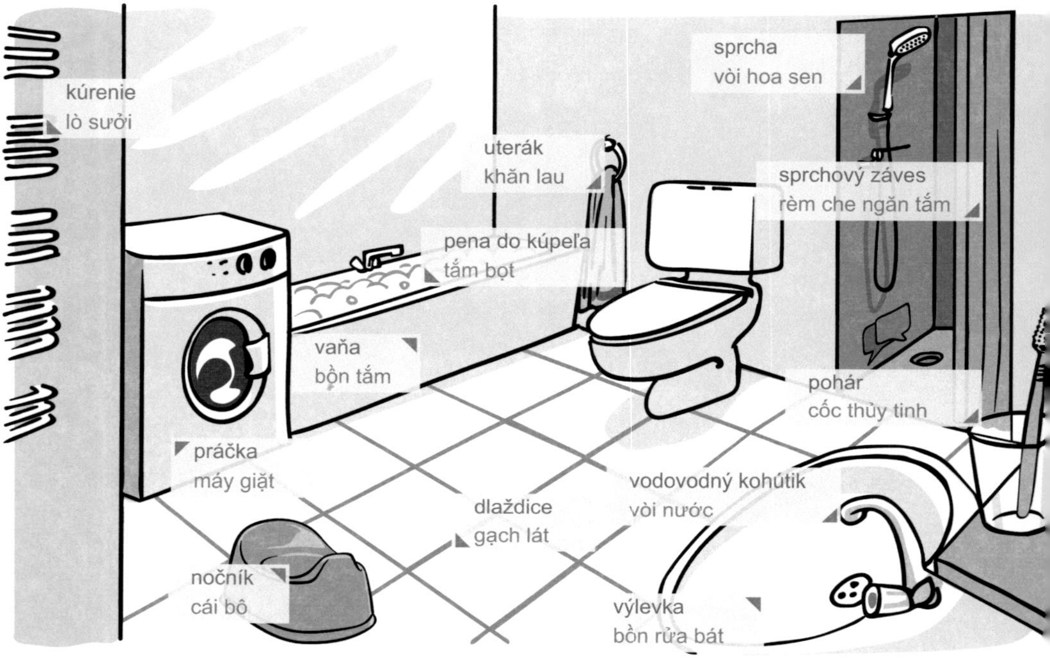

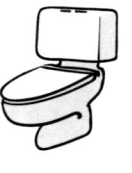

záchod

bồn cầu

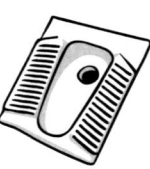

suchý záchod

bồn cầu ngồi xổm

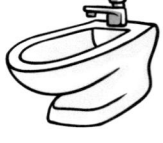

bidet

bồn rửa hậu môn

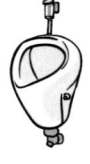

pisoár

bồn tiểu tiện

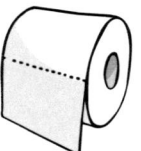

toaletný papier

giấy vệ sinh

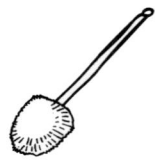

záchodová kefa

bàn chải cọ bồn cầu

zubná kefka

bàn chải đánh răng

zubná pasta

kem đánh răng

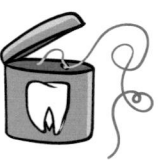

dentálna niť

chỉ nha khoa

umývať

rửa

ručná sprcha

vòi sen cầm tay

sprcha pre intímnu hygienu

vòi rửa hậu môn

umývadlo

bồn rửa

kefa na chrbát

bàn chải cọ lưng

mydlo

xà phòng

sprchový gél

sữa tắm

šampón

dầu gội

frotírová rukavica

khăn cọ để tắm

odtok

lỗ thoát nước

krém

kem

dezodorant

chất khử mùi

zrkadlo

gương

kozmetické zrkadlo

gương tay

žiletka

dao cạo râu

pena na holenie

kem cạo râu

voda po holení

nước thơm dùng sau khi
cạo râu

hrebeň

cái lược

kefa

bàn chải

sušič vlasov

máy xấy tóc

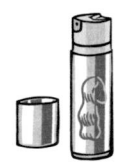

sprej na vlasy

keo xịt tóc

make-up

đồ trang điểm

rúž

thỏi son môi

lak na nechty

sơn bôi móng

vata

bông

nožnice na nechty

kéo cắt móng

parfum

nước hoa

kozmetická taška

túi đựng đồ tắm

stolček

ghế đẩu

váha

cái cân

kúpací plášť

áo choàng tắm

gumové rukavice

găng tay làm vệ sinh

tampón

nút gạc

menštruačná vložka

băng vệ sinh

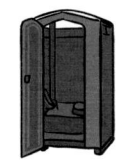

chemické WC

nhà vệ sinh hóa chất

detská izba

phòng trẻ em

budík
đồng hồ báo thức
plyšová hračka
thú bông
hračkárske auto
xe đồ chơi
hrkálka
cái lúc lắc
domček pre bábiky
nhà búp bê
dar
món quà

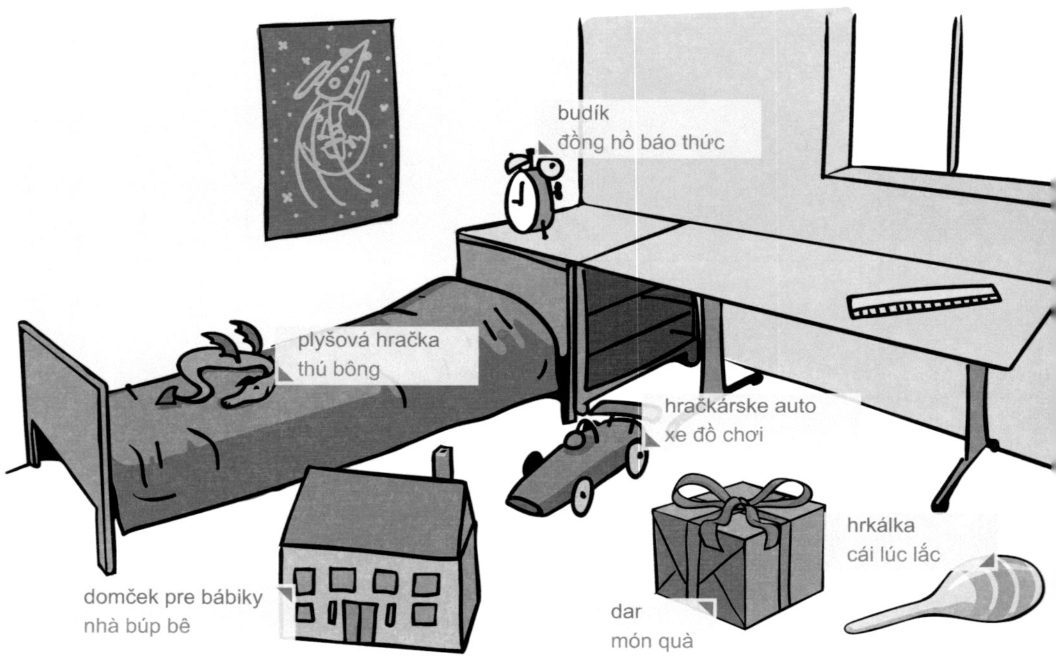

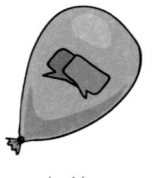

balón
bong bóng

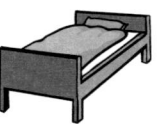

posteľ
giường

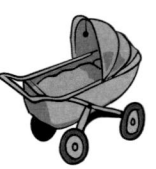

detský kočík
xe nôi

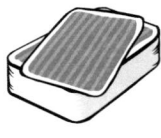

karty
trò chơi bài

puzzle
trò chơi ghép hình

SUPER MEGA
komix
truyện tranh

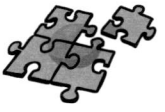

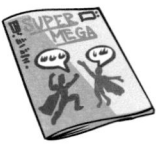

skladačka lego

gạch Lego

stavebnica

khối xếp hình

akčná postavička

nhân vật hành động

dupačky

o liền quần cho trẻ sơ sinh

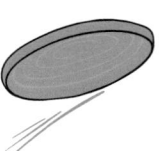

lietajúci tanier

đĩa nhựa để ném

závesné hračky

đồ chơi treo trên giường

stolová hra

trò chơi cờ bàn

kocka

xúc xắc

modelový vláčik

đồ chơi xe lửa mô hình

cumlík

ti giả

párty

buổi tiệc

obrázková kniha

sách tranh

lopta

quả bóng

bábika

búp bê

hrať sa

chơi

pieskovisko

hố cát

hojdačka

cái đu

hračky

đồ chơi

hracia konzola

máy chơi game cầm tay

trojkolka

xe ba bánh

medvedík

gấu bông

šatník

tủ quần áo

šatstvo
y phục

ponožky

bít tất

pančuchy

bít tất dài

pančuchové nohavičky

quần tất

šál
khăn choàng cổ

opasok
dây thắt lưng

dáždnik
ô che mưa

tričko
áp phông

tenisky
giày sneaker

čižmy
ùng

papuče
dép đi trong nhà

sandále
dép xăng đan

topánky
giày

gumáky
ùng cao su

spodky
quần lót

podprsenka
áo ngực

tielko
áo vest

šatstvo - y phục

45

body

áo ôm sát cơ thể

nohavice

quần dài

džínsy

quần bò

sukňa

váy

blúzka

áo cánh

košeľa

áo sơ mi

pulóver

áo len chui đầu

sveter

áo len

blejzer

áo blazer

bunda

áo jacket

kabát

áo khoác

pršiplášť

áo mưa

kostým

trang phục

šaty

áo váy

svadobné šaty

áo cưới

oblek

bộ com lê

nočná košeľa

áo ngủ

pyžamo

pijama

sari

trang phục sari

šatka na hlavu

khăn trùm đầu

turban

khăn đội đầu

burka

áo burka

kaftan

áo captan

abaja

áo aba

dvojdielne plavky

quần áo bơi

plavky

quần bơi

šortky

quần đùi

teplákováٔ súprava

quần áo tracksuit

zástera

tạp dề

rukavice

găng tay

gombík

cái cúc

okuliare

kính mắt

náramok

vòng đeo tay

retiazka

vòng cổ

prsteň

nhẫn

náušnica

hoa tai

čiapka

mũ lưỡi trai

vešiak

cái mắc treo áo quần

klobúk

mũ

kravata

cà vạt

zips

dây kéo phéc mơ tuya

prilba

mũ bảo hiểm

traky

dây đeo quần

školská uniforma

đồng phục học sinh

uniforma

đồng phục

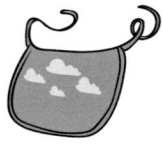

podbradník

yếm trẻ em

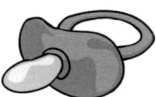

cumlík

ti giả

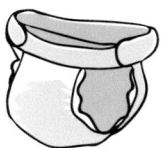

plienka

tã lót

kancelária
văn phòng

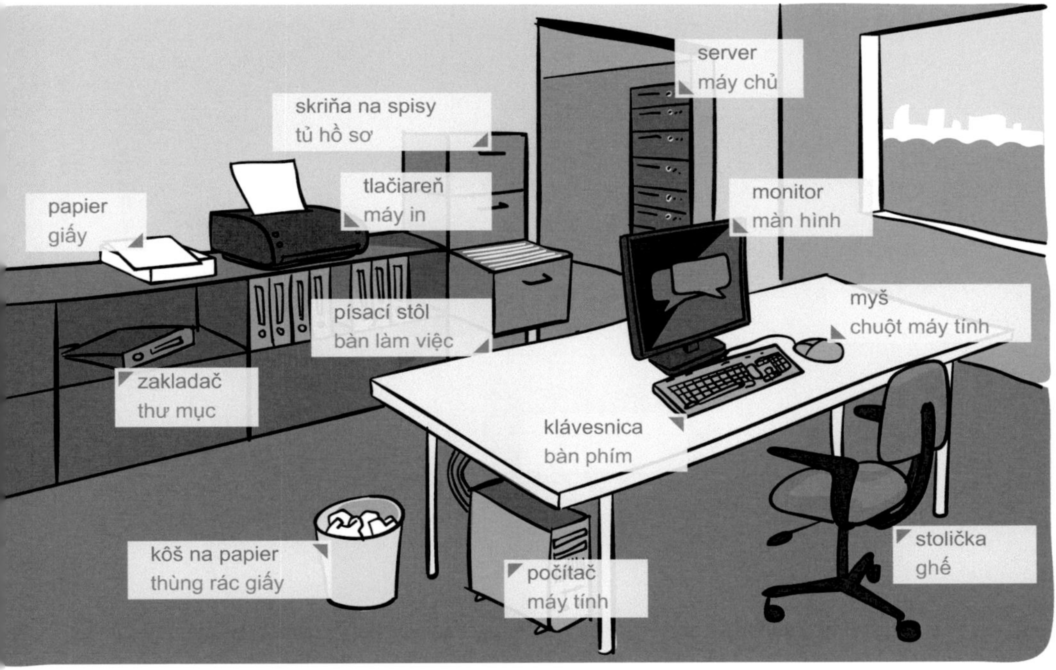

server
máy chủ
skriňa na spisy
tủ hồ sơ
tlačiareň
máy in
papier
giấy
monitor
màn hình
myš
chuột máy tính
písací stôl
bàn làm việc
zakladač
thư mục
klávesnica
bàn phím
kôš na papier
thùng rác giấy
počítač
máy tính
stolička
ghế

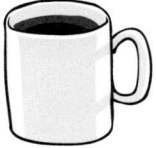

hrnček na kávu

cốc cà phê

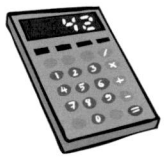

kalkulačka

máy tính bỏ túi

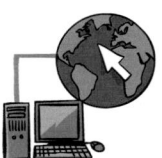

internet

internet

laptop

laptop

list

thư

správa

tin nhắn

mobil

điện thoại di động

sieť

mạng

kopírka

máy photocopy

softvér

phần mềm

telefón

điện thoại

elektrická zásuvka

ổ cắm điện

fax

máy fax

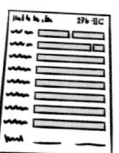

formulár

mẫu đơn

doklad

chứng từ

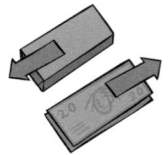

kúpiť

mua

platiť

trả tiền

obchodovať

buôn bán

peniaze

tiền

dolár

đô la

euro

Euro

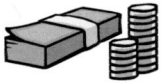

jen

yên

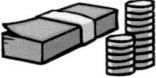

rubeľ

rúp

švajčiarsky frank

franc Thụy Sĩ

čínsky jüan

nhân dân tệ

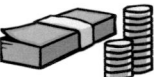

rupia

rupi

bankomat

máy rút tiền tự động

zmenáreň

quầy đổi tiền

zlato

vàng

striebro

bạc

ropa

dầu

energia

năng lượng

cena

giá tiền

zmluva

hợp đồng

daň

thuế

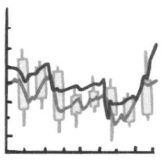

akcia

cổ phiếu

pracovať

làm việc

zamestnanec

nhân viên

zamestnávateľ

chủ lao động

továreň

nhà máy

obchod

cửa hiệu

povolania
nghề nghiệp

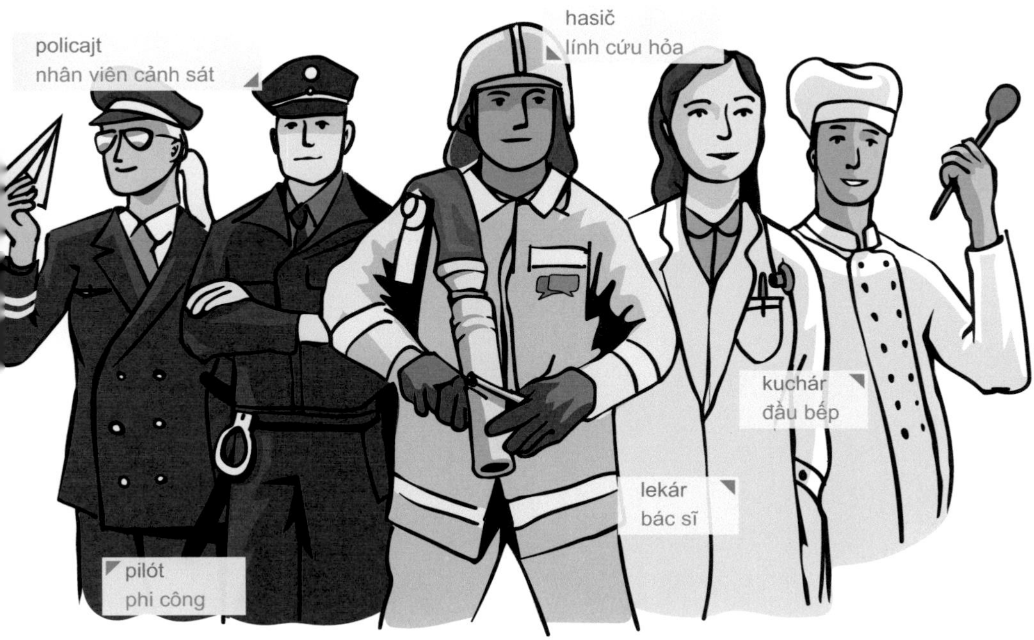

hasič
lính cứu hỏa
policajt
nhân viên cảnh sát
kuchár
đầu bếp
lekár
bác sĩ
pilót
phi công

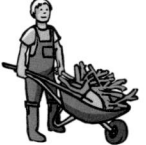

záhradník

người làm vườn

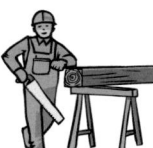

stolár

thợ mộc

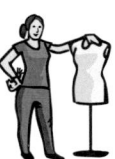

krajčírka

thợ may

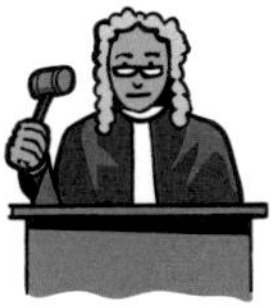

sudca

chánh án

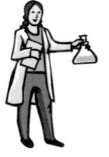

chemik

nhà hóa học

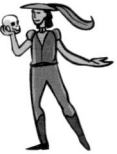

herec

diễn viên

vodič autobusu

tài xế xe buýt

taxikár

người lái taxi

rybár

ngư dân

upratovačka

người lau dọn vệ sinh

pokrývač

thợ lợp mái nhà

čašník

bồi bàn

poľovník

thợ săn

maliar

họa sĩ

pekár

thợ làm bánh

elektrikár

thợ điện

stavebný robotník

thợ xây dựng

inžinier

kỹ sư

mäsiar

người hàng thịt

klampiar

thợ sửa ống nước

poštár

người đưa thư

vojak
người lính

architekt
kiến trúc sư

pokladník
nhân viên thu ngân

kvetinár
người bán hoa

kaderník
thợ cắt tóc

sprievodca
nhân viên soát vé

mechanik
thợ cơ khí

kapitán
thuyền trưởng

zubár
nha sĩ

vedec
nhà khoa học

rabín
giáo sĩ Do thái

imám
lãnh tụ Hồi giáo

mních
nhà sư

farár
mục sư

náradie
dụng cụ

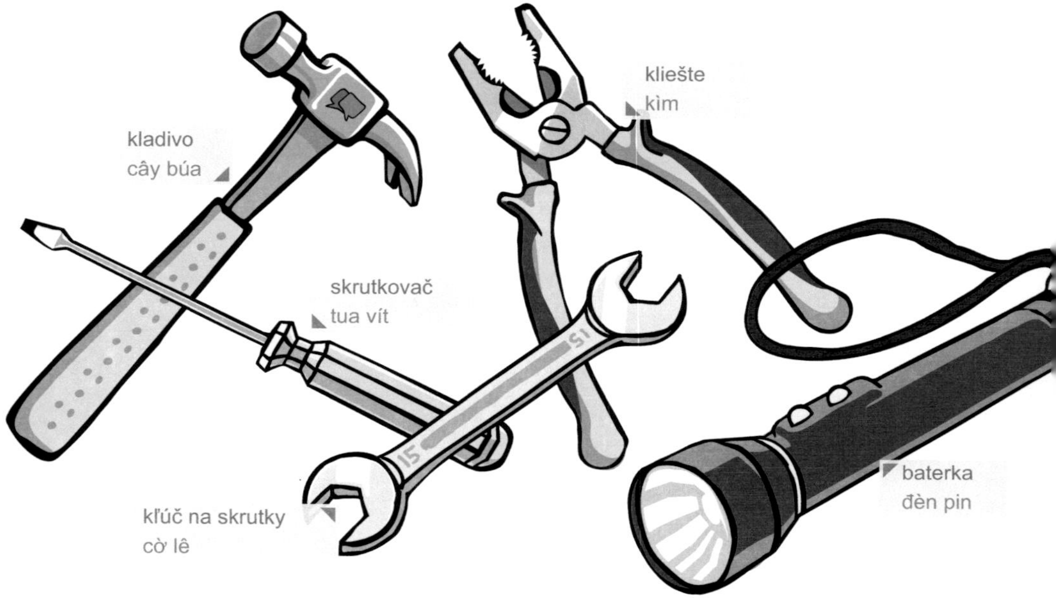
kladivo
cây búa
kliešte
kìm
skrutkovač
tua vít
kľúč na skrutky
cờ lê
baterka
đèn pin

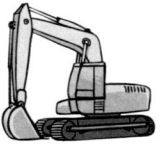

bager

máy xúc đất

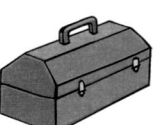

súprava náradia

hộp dụng cụ

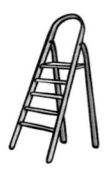

rebrík

cái thang

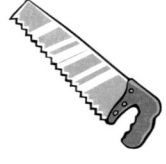

pílka

cưa

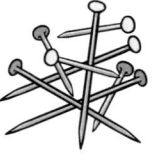

klince

đinh

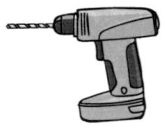

vrták

máy khoan

opravit'

sửa chữa

lopata

cái xẻng

Do čerta!

khốn nạn!

lopatka na smeti

cái hót rác

nádoba s farbou

thùng sơn

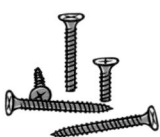

skrutky

vít

hudobné nástroje
nhạc cụ

reproduktor
loa

bicie
bộ trống ◢

gitara
đàn ghi ta ◢

▼kontrabas
đàn công tra bát

trúbka
kèn trompet

klavír

đàn piano

husle

đàn vĩ cầm

basa

ghi ta bass

tympany

trống định âm

bubon

trống

klávesnica

đàn organ

saxofón

kèn Saxophone

flauta

sáo

mikrofón

micro

ZOO
vườn bách thú

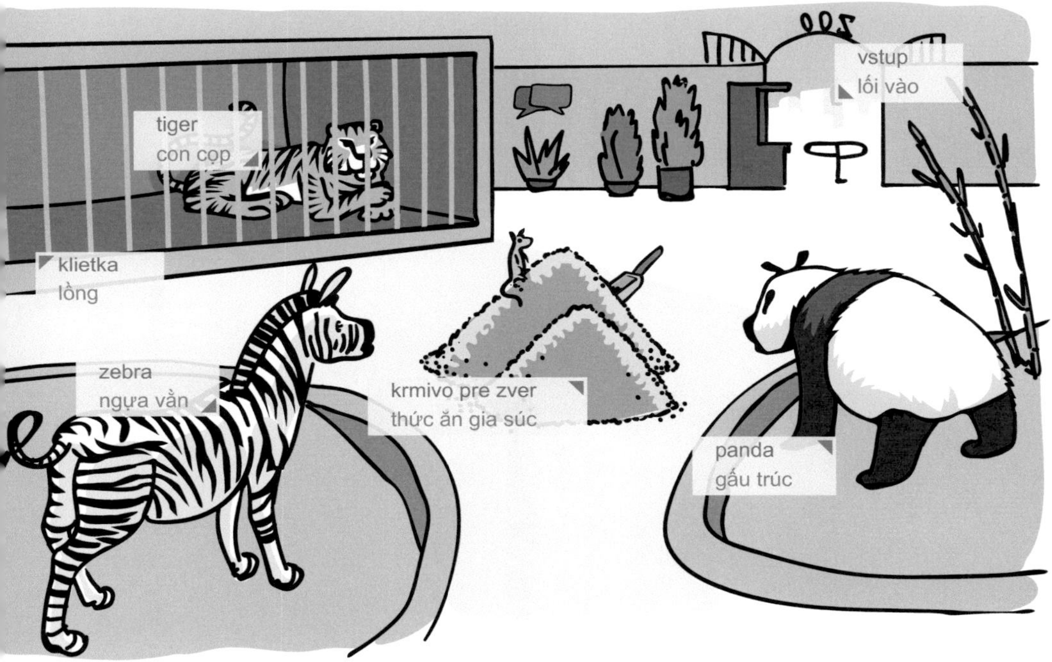

tiger
con cọp
klietka
lồng
vstup
lối vào
zebra
ngựa vằn
krmivo pre zver
thức ăn gia súc
panda
gấu trúc

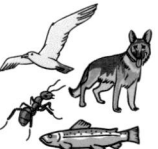

zvieratá

động vật

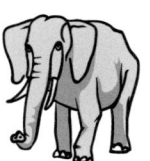

slon

con voi

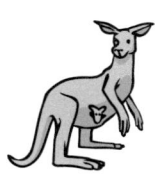

klokan

chuột túi

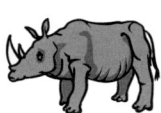

nosorožec

tê giác

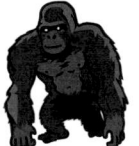

gorila

khỉ đột

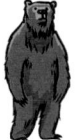

medveď

con gấu

ťava

lạc đà

pštros

đà điểu

lev

sư tử

opica

con khỉ

plameniak

hồng hạc

papagáj

con vẹt

ľadový medveď

gấu bắc cực

tučniak

chim cánh cụt

žralok

cá mập

páv

con công

had

con rắn

krokodíl

cá sấu

ošetrovateľ v ZOO

người trông giữ vườn bách
thú

tuleň

hải cẩu

jaguár

báo đốm

poník

ngựa lùn

leopard

con báo

hroch

hà mã

žirafa

hươu cao cổ

orol

đại bàng

diviak

heo rừng

ryba

cá

korytnačka

con rùa

mrož

hải mã

líška

con cáo

gazela

linh dương

americký futbal
bóng bầu dục Mỹ

cyklistika
đua xe đạp

tenis
quần vợt

basketbal
bóng rổ

plávanie
bơi

box
đấm bốc

hokej
khúc côn cầu trên băng

futbal
bóng đá

bedminton
cầu lông

ľahká atletika
điền kinh

hádzaná
bóng ném

lyžovanie
trượt tuyết

pólo
polo

smiať sa
cười

skočiť
nhảy

objať
ôm

chodiť
đi bộ

spievať
ca hát

snívať
mơ

modliť sa
cầu nguyện

pobozkať
hôn

písať
viết

kresliť
vẽ

ukázať
chỉ trỏ

tlačiť
đẩy

dať
cho

brať
lấy đi

mať
....
có

robiť
....
làm

byť
....
thì / là

stáť
....
đứng

bežať
....
chạy

ťahať
....
kéo

hádzať
....
ném

padnúť
....
rơi

ležať
....
nằm

čakať
....
chờ đợi

nosiť
....
mang vác

sedieť
....
ngồi

obliecť sa
....
mặc quần áo

spať
....
ngủ

zobudiť sa
....
thức dậy

aktivity - các hoạt động

pozerať

xem

plakať

khóc

hladkať

vuốt ve

česať

chải

hovoriť

nói chuyện

rozumieť

hiểu

pýtať sa

câu hỏi

počuť

nghe

piť

uống

jesť

ăn

upratať

dọn dẹp

milovať

yêu

variť

nấu nướng

jazdiť

lái xe

letieť

bay

plachtiť

đi thuyền buồm

počítať

tính toán

čítať

đọc

učiť sa

học

pracovať

làm việc

oženiť

cưới

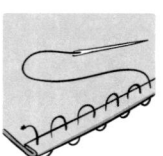

šiť

khâu vá

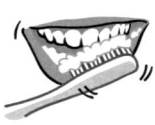

čistiť zuby

đánh răng

zabiť

giết

fajčiť

hút thuốc

poslať

gửi đi

rodina

gia đình

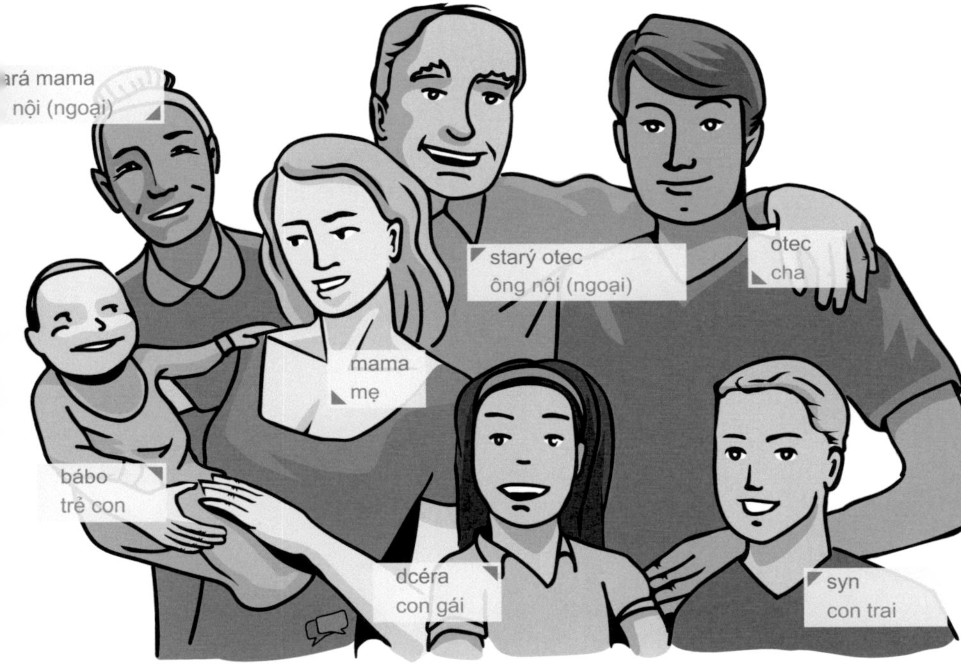
ará mama
nội (ngoại)
starý otec
ông nội (ngoại)
otec
cha
mama
mẹ
bábo
trẻ con
dcéra
con gái
syn
con trai

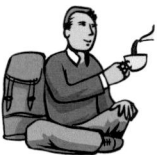

hosť

khách

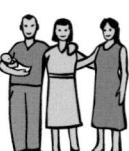

teta

cô (dì)

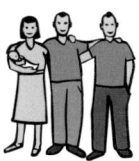

strýko

chú, bác (cậu)

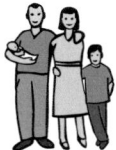

brat

anh (em) trai

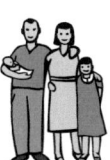

sestra

chị (em) gái

telo
cơ thể

čelo
trán
oko
mắt
plece
vai
prst
ngón tay
tvár
mặt
brada
cằm
ruka
bàn tay
hruď
ngực
noha
chân
rameno
cánh tay

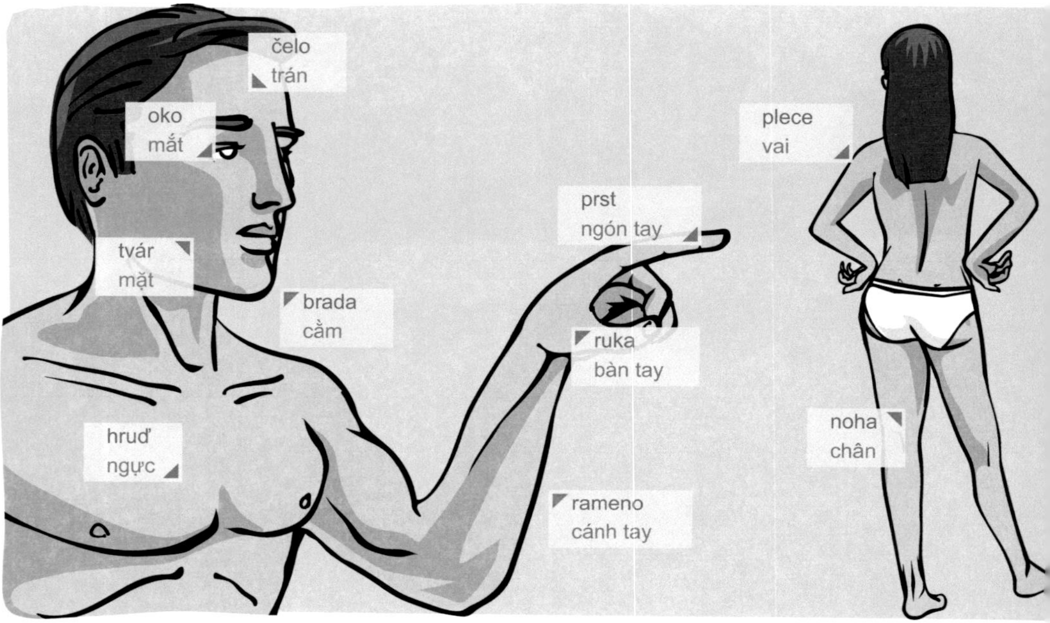

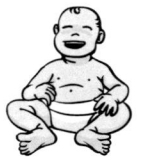

bábo

trẻ con

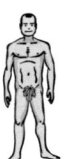

muž

đàn ông

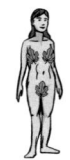

žena

phụ nữ

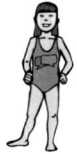

dievča

bé gái

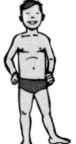

chlapec

bé trai

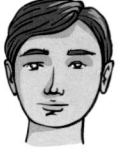

hlava

đầu

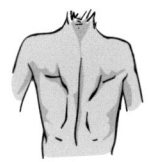

chrbát

lưng

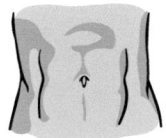

brucho

bụng

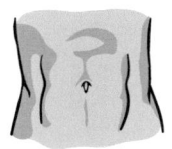

pupok

rốn

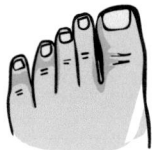

prst na nohe

ngón chân

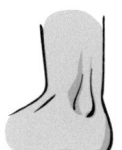

päta

gót chân

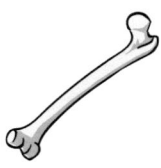

kosť

xương

bok

hông

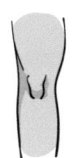

koleno

đầu gối

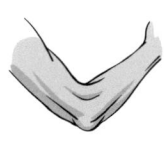

lakeť

khuỷu tay

nos

mũi

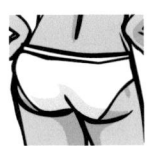

zadok

mông

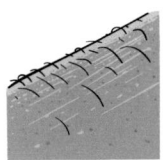

koža

da

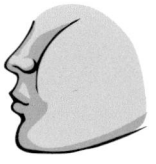

líce

má

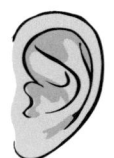

ucho

tai

pery

môi

telo - cơ thể

ústa

miệng

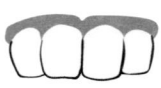

zub

răng

jazyk

lưỡi

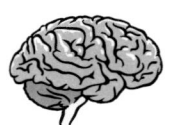

mozog

não

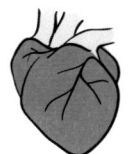

srdce

tim

svaly

cơ bắp

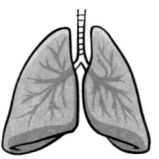

pľúca

phổi

pečeň

gan

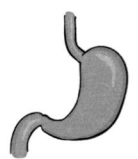

žalúdok

dạ dày

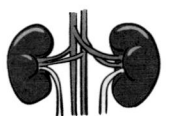

obličky

thận

pohlavný styk

giao hợp

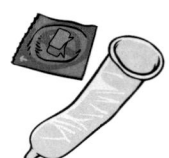

kondóm

bao cao su

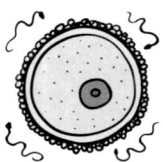

vaječná bunka

noãn

semeno

tinh dịch

tehotenstvo

mang thai

telo - cơ thể

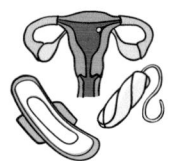

menštruácia

kinh nguyệt

vagína

âm vật

penis

dương vật

obočie

lông mày

vlasy

tóc

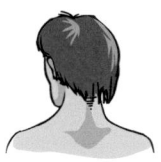

krk

cổ

nemocnica
bệnh viện

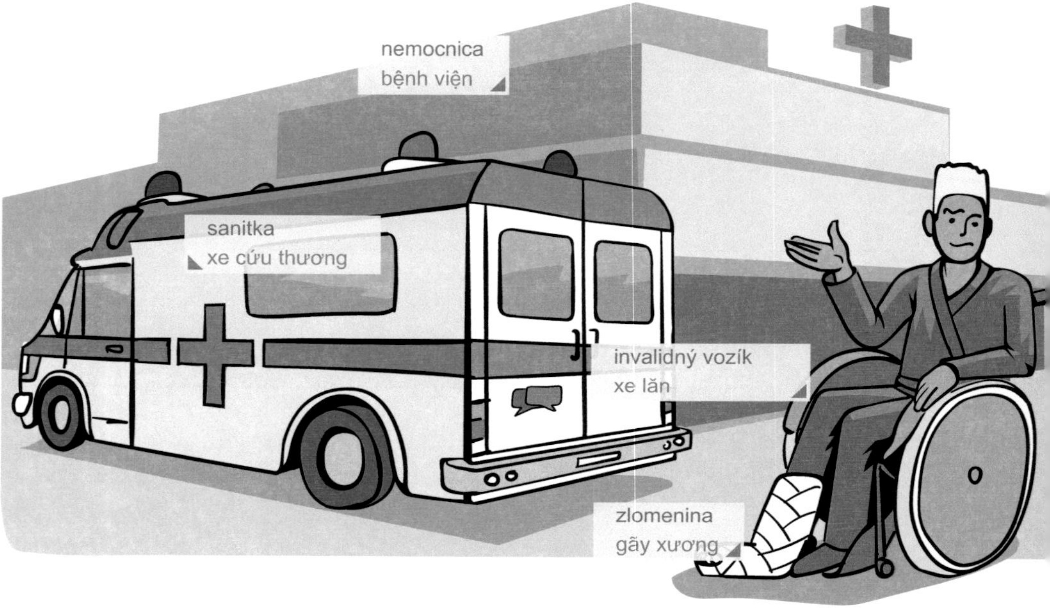

nemocnica
bệnh viện
sanitka
xe cứu thương
invalidný vozík
xe lăn
zlomenina
gãy xương

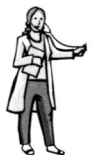

lekár

bác sĩ

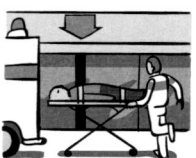

urgentný príjem

phòng cấp cứu

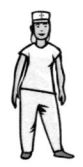

sestrička

y tá

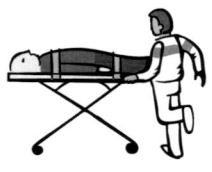

urgentný prípad

cấp cứu

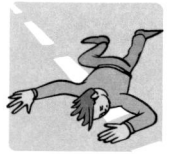

v bezvedomí

bất tỉnh

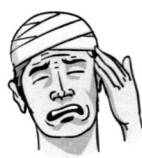

bolesť

cơn đau

zranenie

bị thương

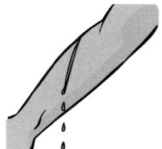

krvácanie

chảy máu

srdcový infarkt

nhồi máu cơ tim

mozgová porážka

đột quỵ

alergia

dị ứng

kašeľ

ho

teplota

sốt

chrípka

cúm

hnačka

tiêu chảy

bolesť hlavy

đau đầu

rakovina

ung thư

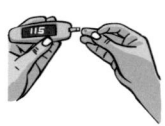

cukrovka

bệnh tiểu đường

chirurg

bác sĩ phẫu thuật

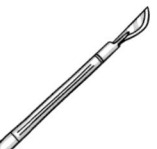

skalpel

dao mổ

operácia

giải phẫu

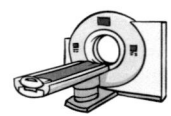

CT

chụp cắt lớp

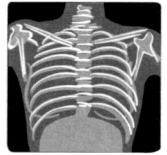

RTG

chụp x-quang

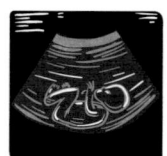

ultrazvuk

siêu âm

maska

mặt nạ

choroba

bệnh

čakáreň

phòng đợi

barla

cái nạng

náplasť

băng dán vết thương

obväz

băng bó

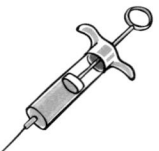

injekcia

tiêm thuốc

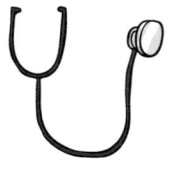

fonendoskop

ống nghe khám bệnh

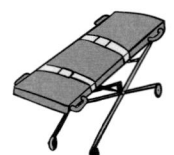

nosidlá

băng ca

teplomer

nhiệt kế

pôrod

sinh đẻ

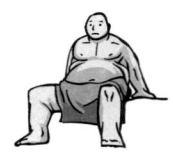

nadváha

thừa cân

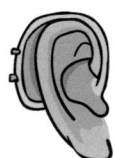

audiofón

máy trợ thính

dezinfekčný prostriedok

chất khử trùng

infekcia

nhiễm trùng

vírus

vi rút

HIV / AIDS

HIV / AIDS

medicína

thuốc

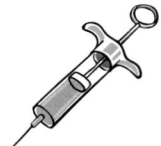

očkovanie

tiêm chủng

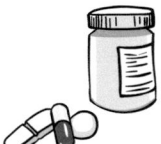

tabletky

thuốc viên

antikoncepčná pilulka

viên thuốc

tiesňové volanie

gọi cấp cứu

tlakomer

máy đo huyết áp

chorý / zdravý

bệnh / khỏe mạnh

Pomoc!

cứu!

alarm

báo động

prepad

cuộc đột kích

útok

sự tấn công

nebezpečenstvo

mối nguy hiểm

núdzový východ

lối thoát hiểm

Horí!

cháy!

hasičský prístroj

bình chữa cháy

nehoda

tai nạn

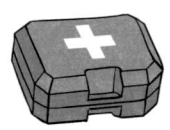

kufrík prvej pomoci

bộ dụng cụ sơ cứu

SOS

SOS

polícia

cảnh sát

Európa

châu Âu

Severná Amerika

Bắc Mỹ

Južná Amerika

Nam Mỹ

Afrika

châu Phi

Ázia

châu Á

Austrália

châu Úc

Atlantický oceán

Đại Tây Dương

Tichý oceán

Thái Bình Dương

Indický oceán

Ấn Độ Dương

Južný oceán

Nam Cực Dương

Severný ľadový oceán

Bắc Băng Dương

Severný pól

bắc cực

Južný pól

nam cực

Antarktída

nam cực

Zem

trái đất

krajina

đất liền

more

biển

ostrov

đảo

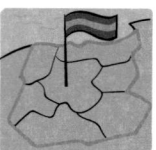

národ

quốc gia

štát

nhà nước

Zem - trái đất

ciferník

mặt đồng hồ

hodinová ručička

kim chỉ giờ

minútová ručička

kim chỉ phút

sekundová ručička

kim chỉ giây

Koľko je hodín?

Bây giờ là mấy giờ?

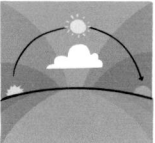

deň

ngày

čas

thời gian

teraz

bây giờ

digitálne hodiny

đồng hồ điện tử

minúta

phút

hodina

giờ

týždeň
tuần lễ

pondelok
thứ Hai
MO
utorok
thứ Ba
TU
streda
thứ Tư
W
štvrtok
thứ Năm
TH
piatok
thứ Sáu
FR
sobota
thứ Bảy
SA
nedeľa
Chủ Nhật
SO

TUE
MON
1

včera
hôm qua

TUE
2

dnes
hôm nay

TUE
3

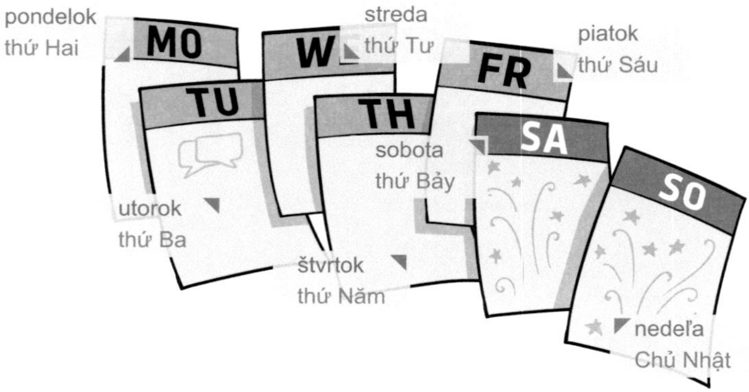

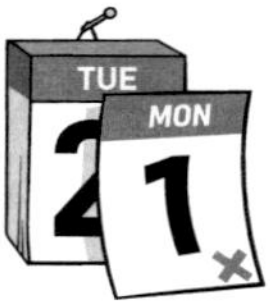

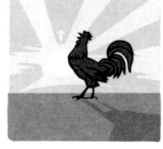

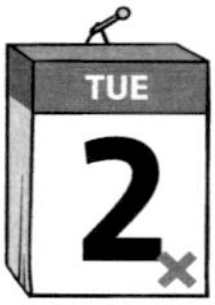

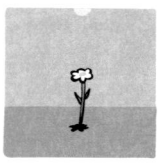

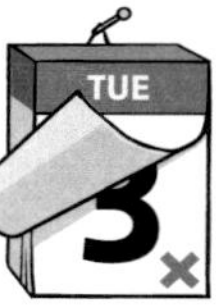

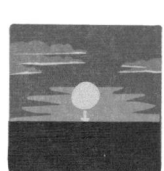

zajtra
ngày mai

ráno
buổi sáng

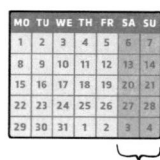

poludnie
buổi trưa

večer
buổi tối

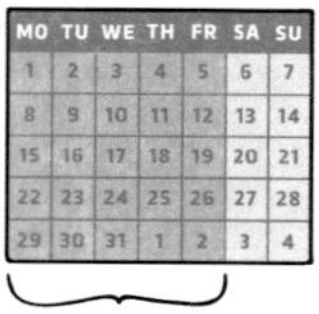

MO TU WE TH FR SA SU
1 2 3 4 5 6 7
8 9 10 11 12 13 14
15 16 17 18 19 20 21
22 23 24 25 26 27 28
29 30 31 1 2 3 4

pracovné dni
ngày làm việc

MO TU WE TH FR SA SU
1 2 3 4 5 6 7
8 9 10 11 12 13 14
15 16 17 18 19 20 21
22 23 24 25 26 27 28
29 30 31 1 2 3 4

víkend
cuối tuần

dážď
mưa

dúha
cầu vồng

sneh
tuyét

vietor
gió

jar
mùa xuân

jeseň
mùa thu

leto
mùa hè

zima
mùa đông

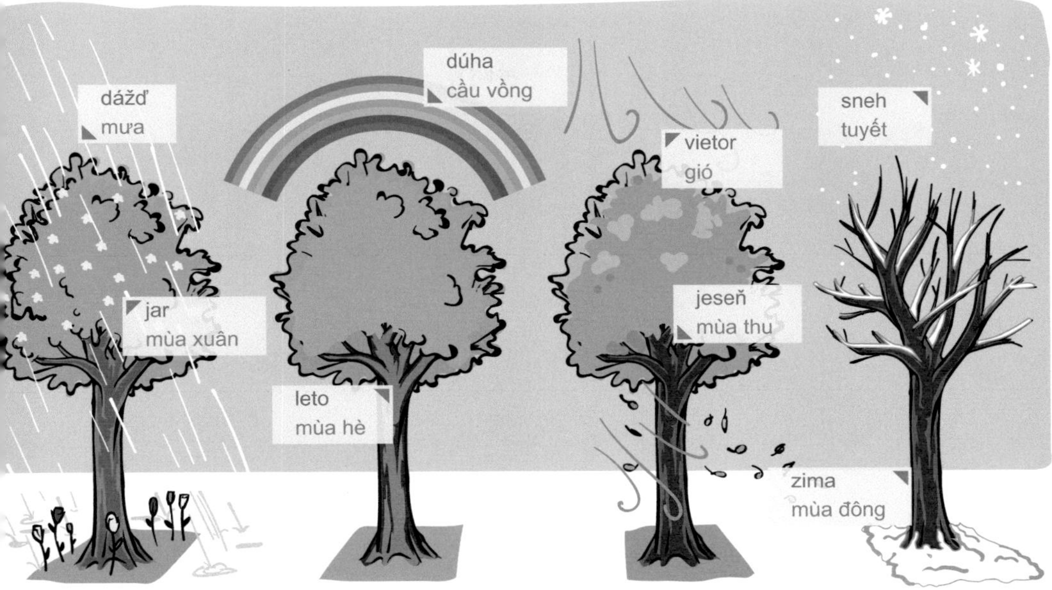

predpoveď počasia

dự báo thời tiết

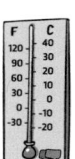

teplomer

nhiệt kế

slnečný svit

ánh nắng

oblak

mây

hmla

sương mù

vlhkosť vzduchu

độ ẩm không khí

blesk

tia chớp

hrom

sấm sét

búrka

cơn bão

krúpy

mưa đá

monzún

gió mùa

záplava

lũ lụt

ľad

nước đá

január

tháng Một

február

tháng Hai

marec

tháng Ba

apríl

tháng Tư

máj

tháng Năm

jún

tháng Sáu

júl

tháng Bảy

august

tháng Tám

september

....

tháng Chín

október

....

tháng Mười

november

....

tháng Mười Một

december

....

tháng Mười Hai

tvary
hình dạng

kruh

....

hình tròn

štvorec

....

hình vuông

obdĺžnik

....

hình chữ nhật

trojuholník

....

hình tam giác

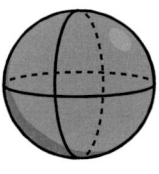

guľa

....

hình cầu

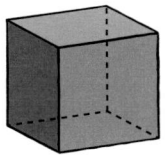

kocka

....

khối vuông

tvary - hình dạng

83

biela

màu trắng

žltá

màu vàng

oranžová

màu cam

ružová

màu hồng

červená

màu đỏ

fialová

màu tím

modrá

màu xanh dương

zelená

màu xanh lá cây

hnedá

màu nâu

šedá

màu xám

čierna

màu đen

veľa / málo

nhiều / ít

zúrivý / pokojný

tức tối / điềm tĩnh

pekný / škaredý

xinh đẹp / xấu xí

začiatok / koniec

bắt đầu / kết thúc

veľký / malý

to / nhỏ

svetlý / tmavý

sáng / tối

brat / sestra

anh (em) trai / chị (em) gái

čistý / špinavý

sạch / bẩn

úplný / neúplný

đủ / thiếu

deň / noc

ngày / đêm

mŕtvy / živý

chết / sống

široký / úzky

rộng / chật hẹp

chutný / nechutný

ăn được / không ăn được

zlostný / láskavý

ác / tử tế

vzrušený / unudený

hào hứng / chán nản

tlstý / chudý

béo / gầy

prvý / posledný

đầu tiên / cuối cùng

priateľ / nepriateľ

bạn / thù

plný / prázdny

đầy / rỗng

tvrdý / mäkký

cứng / mềm

ťažký / ľahký

nặng / nhẹ

hlad / smäd

đói / khát

chorý / zdravý

bệnh / khỏe mạnh

nelegálny / legálny

bất hợp pháp / hợp pháp

inteligentný / hlúpy

thông minh / ngu

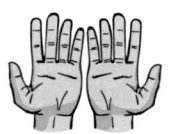

vľavo / vpravo

trái / phải

blízko / ďaleko

gần / xa

nový / použitý
mới / cũ

nič / niečo
không có gì cả / có cái gì đó

starý / mladý
già / trẻ

zapnuté / vypnuté
bật / tắc

otvorené / zatvorené
mở / đóng

tichý / hlasný
im lặng / ồn ào

bohatý / chudobný
giàu / nghèo

správne / nesprávne
đúng / sai

drsný / hladký
sần sùi / mịn màng

smutný / šťastný
buồn / vui

krátky / dlhý
ngắn / dài

pomaly / rýchlo
chậm / nhanh

mokrý / suchý
ẩm ướt / khô ráo

teplý / studený
ấm áp / mát mẻ

vojna / mier
chiến tranh / hòa bình

0

nula

số không

1

jeden

một

2

dva

hai

3

tri

ba

4

štyri

bốn

5

päť

năm

6

šesť

sáu

7

sedem

bảy

8

osem

tám

9

deväť

chín

10

desať

mười

11

jedenásť

mười một

12

dvanásť

mười hai

13

trinásť

mười ba

14

štrnásť

mười bốn

15

pätnásť

mười lăm

16

šestnásť

mười sáu

17

sedemnásť

mười bảy

18

osemnásť

mười tám

19

devätnásť

mười chín

20

dvadsať

hai mươi

100

sto

một trăm

1.000

tisíc

một ngàn

1.000.000

milión

một triệu

čísla - con số

angličtina

tiếng Anh

americká angličtina

tiếng Anh Mỹ

mandarínska čínština

tiếng Quan Thoại

hindčina

tiếng Hin-di

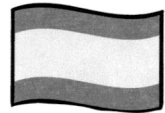

španielčina

tiếng Tây Ban Nha

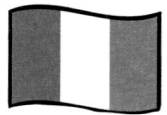

francúzština

tiếng Pháp

arabčina

tiếng Ả-rập

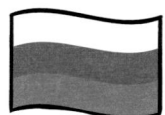

ruština

tiếng Nga

portugalčina

tiếng Bồ Đào Nha

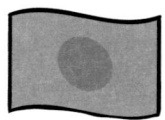

bengálčina

tiếng Bengal

nemčina

tiếng Đức

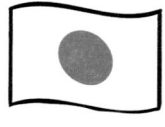

japončina

tiếng Nhật

ja

tôi

ty

bạn

on/ona/ono

anh ta / cô ta / nó

my

chúng tôi

vy

các bạn

oni

họ

kto?

ai?

čo?

cái gì?

ako?

như thế nào?

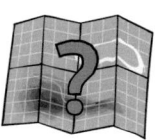

kde?

ở đâu?

kedy?

lúc nào?

meno

tên

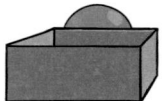

za
....
phía sau

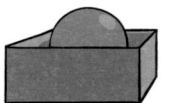

v
....
ở trong

pred
....
phía trước

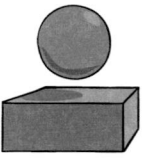

nad
....
phía trên

na
....
ở trên

pod
....
ở dưới

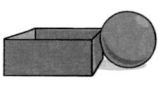

vedľa
....
bên cạnh

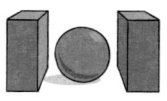

medzi
....
ở giữa

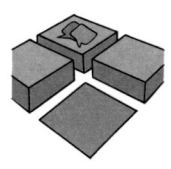

miesto
....
chỗ